Written by Anh Bui and
Illustrated by Im

MW00915740

SOUTHERN VIETNAMESE FOR BEGINNERS

With audio

TIẾNG VIỆT MIỀN NAM CHO NGƯỜI MỚI BẮT ĐẦU

- Authentic Southern dialect, 250 language items
- Story-based approach to aid memorization
- Entertaining, comic-strip format

A publication of **LEARN VIETN★MESE** *with Annie*

Anh Bui has an academic background in Vietnamese linguistics and language teaching. She is the host of a highly popular Youtube channel, the founder of a successful language school in Ho Chi Minh City, and the creator of a website and app providing a wealth of resources for learning Vietnamese. All these projects go by the name of **Learn Vietnamese With Annie**.

Jack Noble has an academic background in English linguistics and language teaching. He has many years' experience in developing materials for language teaching and testing, with a focus on stories, dialogues, and plays. He is a materials writer, consultant, and co-host at **learnvietnamesewithannie.com**.

Before you begin...

To obtain the audio files that accompany this book, please scan the QR code:

To access our 16-lesson pronunciation guide, please scan the QR code:

INTRODUCTION

This book is intended for people who have completed **Southern Vietnamese For Beginners**. In **Book 2**, you will learn around 250 more words and structures that will further develop your Vietnamese language abilities. The focus remains on familiar topics and everyday situations. The language presented in both books reflects modern-day colloquial usage in the southern region of Vietnam.

In this book, you will meet the six members of a Saigonese family, and accompany them on their daily adventures. You will learn new language items by experiencing their use in vivid, interlinked contexts.

Each chapter includes a glossary, with English translations of all the new words and phrases present in the chapter. In addition, a section entitled **language insights** gives clear and concise explanations of word usage and grammar.

The accompanying audio files will enable you to hone your listening skills, master your pronunciation, and thoroughly memorize the words, phrases, and structures that you need.

HOW TO USE THIS BOOK

Each lesson is composed of three key elements:

- the story
- the glossary
- the language insights section

In addition, there are four audio files:

- the story
- the story with pauses after each line for you to repeat
- the glossary
- the vocabulary review

In order to learn effectively, you should read and listen to all sections several times. The order in which you do so is up to you. However, our suggested initial approach to each lesson is as follows:

1. Prepare

- **Look through the story**. Even if you can't understand much of the dialogue, the pictures will activate your imagination and make it easier to learn the vocabulary.
- **Read the glossary and listen to the glossary audio file.**

2. Enjoy the story

- **Read and listen to the story**. Don't worry if there are some things you don't understand.
- **Read the language insights section**.
- **Read and listen to the story again.**

3. Consolidate your learning

- **Listen to the story with pauses file and repeat after each line.**
- **Listen to the vocabulary review file.**

MEET THE FAMILY

Ông nội   Bà nội

Mẹ   Ba

Trang   Minh

TABLE OF CONTENTS

Trang had an exciting weekend. Now, if only she can get someone to ask her how it went...

CUỐI TUẦN VUI KHÔNG?

GLOSSARY

cuối tuần	*weekend*
bài tập	*homework*
xong	*finish*
…thôi	*only*
nhiều	*a lot*
đọc	*read*
một cuốn sách	*a book*
được rồi	*it's OK*
bà (nội)	*(paternal) grandmother*
ông (nội)	*(paternal) grandfather*
không ai	*no one*
phải	*have to*
tóc	*hair*
làm tóc	*have one's hair done*
kết hôn	*get married*

LANGUAGE INSIGHTS

Uses of sao

In book 1, we learned that **sao** can mean *why* or *how*: **sao bà nội hỏi khó quá vậy?** (*Why are you asking me such a difficult question?*) Here, it's used in two new ways. First, it's used in the pattern ... **sao?** to ask how something was, how something went, etc. So **cuối tuần sao?** means *how was your weekend?* Another example would be **công việc sao?** *How is your job?*

The second new usage of **sao** in this chapter is in **Sao, con với bạn trai đi du lịch vui không?** Here, **sao** isn't really part of the main question – it's more like an introduction. It's like saying *so, tell me*, before asking the question.

Uses of thôi

Thôi is another word with multiple usages. It is used in two ways in this chapter. The first use is by Minh, meaning *just* or *only*: **Em ở nhà làm bài tập thôi**. *I just stayed at home doing homework.* With this meaning, **thôi** always comes at the end of the sentence.

The second time **thôi** is used is by Trang: **Thôi, được rồi ba.** Trang's dad has begun telling Trang about the book he read this weekend, and Trang says **thôi** to mean *OK, stop.* We met this usage in book 1. It's a common way to get somebody to stop talking, and it's just a little bit impolite.

Được rồi – it's OK

So how about the **được rồi** in **thôi, được rồi?** Well, **được** means *OK*. So here, Trang is saying **được rồi** to mean *it's OK*. In other words, *that's enough, I don't need to hear any more.*

Mà – the emphatic particle

When Trang asks Mum about her weekend, Mum replies **mẹ phải làm mà** – I had to work. That **mà** at the end is the *emphatic particle* that we met in book 1. One common circumstance that prompts the use of **mà** is when we feel that something should be *obvious* to the listener. Mum is saying, *Why are you asking me about my weekend? I had to work, as always.*

Xong – finish

In book 1, we met **xong rồi** meaning *and then*, as in **buổi tối em ăn tối, xong rồi em học tiếng Việt**. The literal meaning of **xong** is *finish*. So Dad says **ba đọc xong một cuốn sách hay lắm** to tell Trang that he finished reading a good book. **Xong** comes after the verb: **đọc xong, ăn xong, làm xong,** etc.

Measure words

In book 1, we met some measure words: **cái (một cái bàn), ổ (hai ổ bánh mì),** and **trái (ba trái chuối)**. In this chapter, we have a new measure word. In **một cuốn sách**, **cuốn** is the measure word for **sách** *(book)*.

Terms for grandparents

Bà means *grandmother*, and **ông** means *grandfather*. In this book, the grandparents are *paternal* grandparents: **bà nội** and **ông nội**. Maternal grandparents are **bà ngoại** and **ông ngoại**. **Nội** means inside, and **ngoại** means outside.

2

Minh goes for a coffee with his friend.
What's troubling him?

HỌC KẾ TOÁN CHÁN QUÁ!

GLOSSARY

kế toán	*accountant, accounting*
chán	*boring*
đại học	*university*
học đại học	*studying at university*
tui	*I, me*
việc	*job*
công ty	*company*
cần	*need*
vậy	*that*
chơi nhạc	*play music*
ghi ta	*guitar*
chơi ghi ta	*play the guitar*
dạo này	*these days, recently*

LANGUAGE INSIGHTS

Vui gì? – What do you mean, happy?

Gì means *what*. But when Minh's friend asks if Minh is **vui** *(happy)* at university, Minh replies **vui gì** – *happy what*. This is a common way of expressing a strong denial or disagreement. It can be thought of as similar to the English rhetorical question, *happy? What do you mean, happy?* You can use it with any adjective. For example, passing a particular building, your friend says **đẹp quá!** You sneer and reply **đẹp gì!**

X nào cũng – every X

In book 1, we learned the structure **X nào cũng** meaning *every X*. For example, **ngày nào cũng** means *every day*. In this chapter, Minh's friend uses this structure to tell Minh that every company needs (an accountant): **công ty nào cũng cần.**

Uses of vậy

Two usages of the word **vậy** are illustrated in this chapter. One usage we met in book 1: **vậy** meaning *so/then*. In book 1, Nam says **vậy... em hai mươi mốt, phải không?** But **vậy** can also be used to mean *that*. So when Minh's friend says that every company needs an accountant, Minh says **biết vậy.** *I know that.* In response, Minh's friend uses **vậy** to mean *so/then*: **vậy ông muốn làm gì?** *Then what do you want to do?*

Pronouns: tui & ông

In book 1, we met several pronouns: **anh, chị, em, chú, cô.** In this chapter, we meet two more: **tui** (*I*) and **ông** (*you*). **Tui** is a neutral word for *I* (in the North, they pronounce it **tôi**). **Ông** literally means *grandfather*, as you learned in chapter 1. But between two friends of a similar age, **tui** is often used to mean *I*, while **ông** is used for *you* – if that person is male. So, Minh's friend calls him **ông.** The female equivalent is... you guessed it! **Bà**, which literally means *grandmother*.

Mà – the emphatic particle

The particle **mà** often conveys an argumentative tone. However, when Minh's friend says **ờ ha, ông chơi ghi ta giỏi mà**, he isn't arguing or disagreeing with Minh. He is reminding himself of something he already knew – *oh yeah, you play the guitar really well*. This usage – reminding someone of something – is similar to the usage of **mà** in Chapter 1. The difference is that Minh's friend is reminding himself, rather than reminding the other person.

Chắc là – probably

In book 1, we met **chắc là** meaning *maybe,* or *probably*. In this chapter, Minh's friend says **chơi nhạc chắc là...** *playing music is probably...* Minh completes the thought by saying **ừ, tui biết, khó có việc**. *Yeah, I know, difficult to get a job.*

3

Minh is playing guitar in his room.
His dad thinks he should be studying...

SAO CON NÓNG QUÁ VẬY?

GLOSSARY

nóng	*angry, short-tempered*
ồn	*noisy*
lúc nào cũng	*always*
nghỉ	*rest, take a break*
mở	*turn on*
nhỏ	*at a low volume*
thi	*exam, take an exam*
căng thẳng	*stressed*
chuyện gì vậy	*what's the thing/problem*
nó	*he, she*
một chút	*a little bit*
sắp… rồi	*about to*

LANGUAGE INSIGHTS

Mở nhỏ – turn it down

One way of saying *turn down* (music, TV, a guitar amplifier, *etc.*) is to say **mở nhỏ**. **Mở** means *to open*, but is also used to mean *to turn on* (music, TV, *etc.*). **Nhỏ** means *small*, but is also used to mean *at a low volume*.

Lúc nào cũng – always

Lúc nào cũng means *always*. So when Minh complains that **lúc nào cũng học!** he means *I'm always studying!* **Lúc** means *time* or *moment*. So just as **công ty nào cũng** means *every company*, **lúc nào cũng** literally means *every moment*.

Cũng… nữa – also… as well

After complaining about always having to study, Minh points out that he also needs to rest: **Con cũng cần nghỉ nữa!** Here, **cũng** and **nữa** basically mean the same thing: *also/as well*. Vietnamese speakers often use **cũng** and **nữa** together like this.

Sắp… rồi – about to

We met **sắp**, meaning *about to*, in book 1. For example, **con sắp đi Hà Nội nữa** – *I'm about to go to Hanoi again*. **Sắp** is often used with **rồi**. So, Minh's dad says **nhưng con sắp thi rồi đó** – *but you're about to take your exams*.

Uses of final particle đó

And how about the **đó** at the end of **nhưng con sắp thi rồi đó**? That's a particle. We met it in book 1, when Nam asked Hà which friend Hà was going to meet. Hà replied **Anh đó**. *You!* We called it the *identifying particle*, because it's often used when identifying something – in that case, Hà was identifying Nam. But it's also used at the end of statements to add a general emphasis, and that's how Minh's dad is using it. We can call it the *statement particle*. It's often pronounced as **á** rather than **đó.**

Nóng – hot weather, hot temper

In book 1, we learned that **nóng** means *hot*, as in **trời nóng** – *hot weather*. In this chapter, **nóng** has the metaphorical meaning of *hot-tempered, angry, irritable*.

Chuyện – thing, matter

In book 1, we learned that **chuyện** can mean *thing* or *matter*. So when Minh's mum asks **chuyện gì vậy?** she means *what's the thing? Or what's going on?*

• Dad uses **chuyện**, too, when he says **nó đang căng thẳng chuyện học** – *he's stressed about study*. **Chuyện học** – *the study thing*. Another example of **chuyện** used like this might be **lo chuyện công việc** – *worried about (my) job*.

Pronoun: nó

A new pronoun is introduced in this chapter: **nó**. This means *he/she* or *him/her*. But you can only use it to talk about people younger than you. When adults are talking about a child, they will generally need to use **nó**.

Được chứ – of course it's OK

Near the end of the chapter, when Minh asks whether it's OK for him to play guitar for a bit, his parents reply **được chứ**. We met the certainty particle **chứ** in book 1. It always comes at the end, and it can often be translated as *of course*. **Được chứ** is a common expression, and it means *of course it's OK*.

Uses of đang

We've already learned that **đang** is like the English *-ing*. **Con đang làm việc** – *I'm working*. In this chapter, Minh's dad tells Minh's mum that Minh is stressed about study: **Nó đang căng thẳng chuyện học**. So we can see that **đang** can also be used with adjectives, to give a sense of a temporary state that exists at the moment. Another example might be **anh đang mệt** – *I'm feeling tired*.

Uses of final particle đi

In book 1, we met the *imperative particle*, **đi**. **Đi** can mean *let's*, as in *let's do something*. **Đi** can also be used to tell someone to do something. That's how it's used when Minh's parents say **con chơi đi** – *play*, or *go ahead and play*.

4

Mum's getting her nails done – and complaining about her husband. What's the problem?

ỔNG THÔNG MINH, NHƯNG CHÁN...

Chồng em cũng vậy!

Tội nghiệp chị em mình!

Vậy ảnh thích làm gì, chị?

Ổng thích đọc sách. Lúc nào cũng đọc sách.

Ủa, vậy tốt mà chị? Chắc là ảnh thông minh lắm.

Ừ thông minh. Chán, nhưng thông minh...

Xong rồi nè chị!

Đẹp quá!

GLOSSARY

chán	*bored of, fed up with*
coi	*watch*
ti vi	*TV*
phim	*movie/TV show*
…cũng được	*…is OK, can just…*
tội nghiệp	*poor…*
chị em mình	*we sisters*
tốt	*good*
chắc là	*must*
thông minh	*clever*
xong rồi	*finished*
nè	*showing particle*

LANGUAGE INSIGHTS

X sao? how is X?

In Chapter 1, we saw that the pattern **…sao?** is used to ask how something is (or was), as in **cuối tuần sao?** This pattern can also be used to ask after people. So the manicurist asks Mum, **dạo này chồng chị sao, chị?** *How is your husband these days?* And Mum replies, **bình thường** – *he's normal/ fine.*

Uses of chán

In Chapter 2, we met **chán**, meaning *boring*. **Chán** can also mean *bored*, and by extension, *tired of (something).* So Mum says, of her husband, **chị chán ảnh quá** – *I'm really fed up with him.*

Cũng được – can just

Cũng được – literally, *also OK* – is a very common phrase that appears at the end of sentences. In this chapter, Mum complains that her husband never wants to go see a film: **Ở nhà có ti vi rồi, coi phim ở nhà cũng được.** *Our house has a TV, watch a film at home is also OK.* **Cũng được** here has a similar feeling to the English expression *can just. We can just watch a film at home.*

Tội nghiệp X! Poor X!

Tội nghiệp is used to express sympathy, in a way similar to the English *poor,* as in *poor you!* In this chapter, Mum complains that her husband is boring, and the manicurist says that her husband is the same – **chồng em cũng vậy!** So Mum exclaims **tội nghiệp chị em mình!** *Poor us!*

Chị em mình – we sisters

As we learned in book 1, one way to say *we* (in the sense that includes the listener) is **mình**. That's the word that Mum uses in this chapter, when she says **Tội nghiệp chị em mình!** But she expands it to **chị em mình** – *me you we.* This just makes it very explicit who *we* is referring to – **chị** and **em**. You can do this with other pronouns, too, for example **anh em mình**.

...mà? Surely...?

Mum is complaining about her husband, so the manicurist is surprised when Mum says **lúc nào cũng đọc sách** – *he always reads books.* The manicurist replies, **ủa, vậy tốt mà chị?** The question mark here indicates how the line is delivered – as a question. This usage of **mà** with a questioning tone is common. It expresses disagreement with the other speaker, but with an element of doubt. The manicurist's line in English would be something like *Surely that's good, isn't it?*

Chắc là – must

We've met **chắc là** meaning *maybe* or *probably* (most recently in chapter 2). But it can also mean *must* in the sense of *something must be the case*. So when Mum tells the manicurist that her husband always reads books, the manicurist says **Ủa, vậy tốt mà chị?** *Oh, then (that's) good (isn't it)?* **Chắc là ảnh thông minh lắm**. *He must be very clever.* It's usually clear from the context whether **chắc là** is being used to mean *maybe/probably* or *must*.

Xong rồi – finished

We've learned that **xong** can be used with a verb to mean *finished*, as in **đọc xong** – *finished reading*. It can also be used in **xong rồi** to mean *then/after that*. In this chapter, we have **xong rồi** used alone, to mean *finished*. The manicurist says **Xong rồi nè chị**. *Finished.*

Final particle nè – look!

And that **nè** in **xong rồi nè chị** is a final particle. **Nè** is known as the *showing particle*, because it's often used when we are showing someone something. So when the manicurist says **xong rồi nè chị**, it has the feeling of *finished – take a look!*

REVIEW 1

Bạn ơi, cuối tuần sao?

*Complete the answers to the question **Cuối tuần của bạn sao?** using the words and phrases given. (There are two options you won't need.) Then give your own answer to the question.*

Thứ bảy bạn ở nhà _____ thôi.

Chủ nhật bạn _____.

Thứ bảy bạn phải _____.

Chủ nhật bạn _____.

_____

_____

_____

coi phim	chơi ghi ta	đi làm
làm bài tập	đọc sách	làm tóc

Sắp… rồi hay *mới… xong?*

*Are these people about to do something, or have they just finished doing something? The words and phrases you will need are given below. (There are two options you won't need.) Remember to use the expressions **sắp… rồi** and **mới… xong**!*

Cô mới _____ xong.

Bà _____ .

Ba _____ .

Chị _____ .

Chú _____.

Em _____.

Ông _____.

làm việc   đi ngủ   chơi nhạc   uống cà phê   đọc

kết hôn   tới quán cà phê   đi học   ăn cơm

Minh muốn hỏi bạn...

1. Ông nội cãi nhau với bà nội. Bạn cãi nhau với ai?

_____

2. Bạn có thích làm bài tập không?

_____

3. Chừng nào bạn đi làm tóc?

_____

4. Bạn kết hôn chưa?

_____

5. Dạo này bạn có học tiếng Việt nhiều không?

_____

6. Dạo này bạn căng thẳng chuyện gì vậy?

_____

7. Bạn có chơi ghi ta được không? Bạn muốn học chơi ghi ta không?

_____

5

Grandma and Grandpa are both worried about Minh. But for different reasons...

TUI LO CHO THẰNG MINH QUÁ

31

GLOSSARY

thấy	*feel*
thằng	*young man*
lo cho	*worried about*
sẽ	*will*
tự tin	*confident*
…hơn	*more…*
quan trọng	*important*
…nhất	*the most…*
công việc	*job*
cháu	*grandchild*

LANGUAGE INSIGHTS

Thằng – young man

In the first line, Grandpa refers to Minh as **thằng Minh**. This **thằng** is an affectionate term used to talk about a younger male in the third person. It's a bit like referring to Minh as *young Minh*.

Hơn – more

Grandpa says that if Minh gets a girlfriend he will be **tự tin hơn** – *more confident*. Grandma replies that **chuyện học quan trọng hơn** – *study is more important*. So **hơn** comes after an adjective to mean *more*. And how would you say *happier*? That's right – **vui hơn**.

Nhất – most

So **vui hơn** means *happier*. Then how do we say *happiest*? We say **vui nhất**. **Nhất** comes after an adjective to mean *most*. So when Grandpa describes Minh as **thông minh nhất nhà**, he is saying Minh is *the smartest in the family*.

Sao... được? How can...?

Sao... được? is a very common structure meaning *how can...?* Grandma uses it twice in this chapter. She says **có bạn gái sao nó học được?** *(If he) has a girlfriend, how can he study?* And, **không học giỏi sao tìm được công việc tốt?** *(If he) doesn't study well, how can he find a good job?*

6

Mum is too exhausted to cook dinner this evening. Can she persuade Trang to do it instead?

CON LÀ CON GÁI MÀ!

GLOSSARY

con gái	*girl*
nếu	*if*
thì	*then*
nấu ăn	*cook*
nên	*should*
tập	*practice*
gọi	*order*
chưa biết nữa	*don't really know*
tối nay	*this evening*
cho	*for*
thôi	*right, OK (to signal a conclusion/ decision)*
làm biếng	*lazy*

LANGUAGE INSIGHTS

Biết – know how to

Trang says **con không biết nấu ăn.** *I don't know how to cook.* So **biết**, which means **know**, can also mean *know how to.* And of course **không biết** means *don't know how to.*

Nên... đi – should

The word for *should* is **nên**. Sometimes it's combined with the imperative particle **đi**. So Mum tells Trang, **con nên tập nấu ăn đi.** *You should practice cooking.*

Nếu A thì B – if A then B

Nếu... thì... means *if... then...* So, Mum says **nếu con kết hôn** (*if you get married*)... **thì con sẽ phải nấu ăn cho chồng, cho con** (*then you'll have to cook for your husband, for your child*). Sometimes **nếu** is used but **thì** is omitted, and sometimes **thì** is used but **nếu** is omitted. And sometimes both are omitted! In the previous chapter, Grandma says **có bạn gái sao nó học được?** Here, the **nếu** and **thì** are both absent, and yet we can still understand what she means.

Uses of thôi

Let's talk about **thôi** at the beginning of a sentence. In this chapter, Mum says **thôi, tối nay con gọi đồ ăn cho mọi người đi.** An English transation for **thôi** here might be *OK, right,* or *fine.* We say a word like that to signal that we have come to a conclusion or a decision – in this case, Mum's conclusion is that Trang should order food for everyone. This is a use of **thôi** that we haven't met before. However, all uses of **thôi** at the beginning of a sentence do have a similar sense. They all have something to do with concluding a conversation, or a topic of conversation. Remember chapter 1? Trang said **thôi, được rồi ba** to express to her dad that she didn't want to hear what he had to say.

Yesterday evening, tomorrow afternoon, etc.

In book 1 we learned that *evening* is **(buổi) tối**. In this chapter, Mum uses **tối nay** to mean *this evening*. Let's take this opportunity to also learn how to say *tomorrow evening* – **tối mai**, and *yesterday evening* – **tối qua**. The same pattern applies to mornings and afternoons, too. So *this morning* is **sáng nay**. And *tomorrow afternoon* is **chiều mai**. And so on.

Làm biếng – can't be bothered

Làm biếng means *lazy*. It's often used to mean *too lazy to do something*. In this chapter, Mum says **mẹ làm biếng nấu cơm quá.** *I'm too lazy to cook.* We could also translate it as *I can't be bothered to cook.*

7

Minh is watching a football match. Trang thinks sport is for doing, not for watching...

KHÔNG CÓ THỜI GIAN TẬP THỂ DỤC

Vậy em nên tập thể dục đi. Chạy bộ cũng được.

Thôi, em đâu có mập.

Không mập, nhưng cũng đâu có khoẻ! Không tập thể dục thì sao khoẻ được?

Em không có thời gian chạy bộ. Trời cũng nóng nữa.

Vậy đi phòng gym.

Em nói rồi, em không có thời gian. Em phải học nè!

Nhưng... em có thời gian coi đá banh mà?

Coi đá banh khác.
TRỜI ƠI TRỜI!!!

Thằng này...

TRỜI ƠI!

GLOSSARY

đá banh	*football*
thời gian	*time*
tập (thể dục)	*exercise*
chạy bộ	*run, jog*
thôi	*no (to refuse a suggestion)*
đâu có	*not*
mập	*fat*
phòng gym	*gym*
khác	*different*
khoẻ	*well, fit, healthy*
Hàn Quốc	*South Korea*
thằng này	*this guy*

LANGUAGE INSIGHTS

Uses of *thôi*

In this chapter we have yet another use of ***thôi*** – to refuse a suggestion. When Trang suggests that Minh take up exercise, Minh responds ***thôi, em đâu có mập*** – *nah, I'm not fat*. As a learner of Vietnamese, your instinct might be to respond with ***không*** in such a situation. That would be understandable, but ***thôi*** is the more natural response.

Đâu có – not

In this chapter, Minh says that he's not fat. He could have said **em không mập**. But in fact he says **em đâu có mập**. **Đâu có** means *not*, just like **không**. The only difference is that **đâu có** feels a bit stronger than **không**.

Omitting thì from nếu... thì...

In the previous chapter, we learned how to use **nếu... thì...** to mean *if... then...* In this chapter, Trang asks **không tập thể dục thì sao khoẻ được?** *If you don't exercise, then how can you be fit and healthy?* Trang omits **nếu** but uses **thì**.

Uses of the final particle nè

In chapter 4, we met the showing particle, *nè*. In this chapter, Minh tells Trang that he has no time to exercise, because he has to study. **Em phải học nè!** Here, Minh is not showing Trang anything in a literal sense. The use of *nè* here is a bit like starting an English sentence with *look*, even though there's nothing to literally look at. *Look, I have to study!*

thằng này – *this guy*

As we saw in chapters 1 and 11, the word *thằng* is used affectionately to refer to a younger male. At the end of this chapter, Trang is frustrated at Minh's refusal to accept her advice. So she says *thằng này* – *this guy*. This is an affectionate way to express frustration or irritation with someone. We can also say *anh này*, *em này*, etc.

8

A father-son chat about Minh's future job.
Do they see eye to eye?

CON KHÔNG MUỐN GIỐNG BA

49

GLOSSARY

nghĩ	*think*
nhanh	*fast*
giống	*be like, be similar to*
tới	*go to*
…thì sao?	*so what? what's wrong with…?*
thấy	*think*

LANGUAGE INSIGHTS

Nghĩ vs thấy

At the beginning of this chapter, Dad says **ba đang nghĩ** – *I'm thinking*. So **nghĩ** means *think*. Later, talking about his office job, Dad says **ba thấy tốt mà** – *I think it's good*. So, **thấy** can mean *think*, too. Back in chapter 5, we learned that **thấy** can mean *feel*. So when **thấy** is used to mean *think*, it's usually to do with with how you *feel* about something. How does Dad *feel* about his job? **Ba thấy tốt mà** – *I think it's good*.

Còn lâu – that's ages away

The phrase **còn lâu** literally means *still (còn) a long time (lâu)*. It's commonly used to express that something is still a long way off in the future. So when Dad says that Minh will finish studying at university soon, Minh says **trời, còn lâu mà ba**. *God, that's ages away.*

Lâu gì – what do you mean, ages?

When Minh says that his graduation is **còn lâu**, his dad replies, **lâu gì, hai năm nhanh lắm.** *Long time what, two years is very fast.* **Lâu gì** follows the pattern **...gì** that we met in chapter 2. It's like saying, *what do you mean a long time?*

Giống vs giống nhau

Minh complains that a job like his dad's would be *the same every day*: **ngày nào cũng giống nhau.** So **giống nhau** means *the same.* Minh also says *I'm not the same as you*: **con không giống ba.** So **giống** by itself means *the same as,* or *like. I'm not like you.*

X thì sao? What's wrong with X?

Thì sao is a very common expression. Used alone, it means *so what?* When Minh complains that a job like his dad's would be the same every day, Dad replies, **giống nhau thì sao?** *The same so what?* Or, in more natural English, *what's wrong with (every day being) the same?*

REVIEW 2

Trang muốn hỏi bạn...

1. Ai là người thông minh nhất nhà bạn?

_____

2. Bạn nghĩ chuyện học có quan trọng hơn có bạn trai, bạn gái không?

_____

3. Bạn có biết nấu ăn không?

_____

4. Tối nay bạn sẽ làm gì?

_____

5. Bạn tập thể dục mấy lần một tuần?

_____

Nếu... thì...

Match the sentence halves to make complete sentences.

Nếu có thời gian   thì ngày nào cũng phải gọi đồ ăn

Nếu không biết nấu ăn   thì nên học nhiều

Nếu muốn có tiền   thì nên tập thể dục

Nếu sắp thi rồi   thì phải tìm công việc

Hơn hay *nhất*?

*Complete the sentences with either **hơn** or **nhất**.*

1. Tập thể dục nhiều để khỏe _____.

2. Việt Nam có phải là nước tốt _____ không?

3. Thứ hai là ngày anh bận _____.

4. Thấy vui là quan trọng _____.

5. Học tiếng Việt dễ _____ học kế toán.

Từ sáng qua tới tối mai

Complete the diagram.

	hôm qua	hôm nay	ngày mai
☀		sáng nay	
🌅	chiều qua		
🌙			tối mai

9

Grandpa has a lingering cough. Can Dad and Grandma persuade him to get it checked out?

AI THÍCH ĐI BỆNH VIỆN?

GLOSSARY

ho	*cough*
đi khám bệnh	*go for a health check/see a doctor*
đứng lên	*stand up*
lên	*up*
ngồi xuống	*sit down*
xuống	*down*
thấy	*see*
bác sĩ	*doctor*
bệnh viện	*hospital*
đâu có phải	*is not*
ổng	*he*
bị bệnh	*sick, ill*

LANGUAGE INSIGHTS

Hay là... đi? How about... ?

We met ***hay là…*** in book 1. It's used for making suggestions, and can often be translated as *how about...* In this chapter, Dad notices Grandpa's cough and says ***hay là ba đi khám bệnh đi?*** *How about you go see a doctor?* In Dad's sentence, ***hay là…*** is used in combination with the imperative particle ***...đi***.

Đi khám bệnh – see a doctor

In English we often use the phrase *see a doctor*. In Vietnamese, you don't mention the doctor in these situations. Instead, you say **đi khám bệnh**, which literally means *go for an examination*.

Nè at the beginning of a sentence

Grandpa wants to prove that he is fit and well. So he says **nè, tui đứng lên được... tui ngồi xuống được.** *Look, I can stand up... I can sit down.* That **nè** is the showing particle. We've seen **nè** before, used at the end of sentences. Here we can see **nè** used at the beginning of a sentence, where it can mean *look at this*.

Thấy – see

We have learned that **thấy** can mean *feel* or *think*. In this chapter, we learn that **thấy** can also mean *see*. To prove he is healthy, Grandpa stands up and sits down, and says **thấy không? Quá khoẻ**. *See? So fit/healthy*. Then Dad tells Grandpa, **con thấy ba ho lâu rồi đó** – *I've seen you coughing for a long time.*

Đâu có phải là = không phải là

In chapter 7 we learned that **đâu có** is an alternative way of saying **không**. This means that **đâu có phải là** is another way of saying **không phải là**. So when Dad says **ba đâu có phải là bác sĩ,** he means *you're not a doctor.*

Uses of final particle đó

In this chapter, we see two uses of the statement particle **đó** that we last saw in chapter 3. Dad tells Grandpa, **con thấy ba ho lâu rồi đó**, and Grandma says **ổng không thích đi bệnh viện đó**. In both cases the speakers are emphasising that they are stating important and relevant facts. **Đó** is similar to **mà**, in that both particles add emphasis to what is being said. A key difference is that **mà** generally conveys a tone of disagreement, contrast, or protest. **Đó** feels a bit more neutral.

10

Trang's toy-selling business isn't going too well.
Perhaps Grandpa can help?

NHÌN CON BÚP BÊ NÀY GIỐNG BÀ NGOẠI CON

GLOSSARY

hết… rồi	*out of…*
hết tiền rồi	*broke, out of money*
bao	*treat*
kinh doanh	*do business*
đồ chơi	*toy*
để ông coi	*let me have a look*
nhìn	*look*
búp bê	*doll*
con búp bê này	*this doll*
nè	*here you go*
thôi	*no (to refuse an offer)*

LANGUAGE INSIGHTS

Hết X rồi – out of X

Trang tells Grandpa that she's not going out this evening because **con hết tiền rồi.** *I'm out of money.* The structure **hết X rồi** is used to say that something is finished, or used up. One common usage of this structure is in restaurants. For example, if you order rice, the server might tell you **hết cơm rồi** – *we're out of rice.*

Bao – treat

A man going for a meal or a drink with a woman might say **anh bao em** – *I'll treat you*, or *it's my treat.* He can also just say **anh bao**. So when Grandpa says **nói bạn trai con bao**, he means *tell your boyfriend to treat (you).*

Kinh doanh – do business

The word **kinh doanh** is a verb that means *do business*. Trang says **dạo này tụi con kinh doanh không tốt** – *these days we're doing business not well*. In English we'd probably say *these days our business isn't doing very well*. If you want to say *business* as a noun, you can say **chuyện kinh doanh**. (We will meet this usage in chapter 14.)

Để ông coi – let me have a look

We've already met **coi** meaning *watch* – **coi ti vi, coi đá banh.** It can also mean *have a look*. So when Grandpa wants to check out the toys, he says **để ông coi** – *let me have a look, let me see.*

Nhìn (giống) – look (like)

Nhìn means *look*, as in *look at that*. It can also mean *look* as in *appear*. So when Grandpa says *nhìn dễ thương mà*, he means *(the doll) looks cute*. We can also use **nhìn** with **giống** to mean *look like*. Grandpa says **nhìn con búp bê này giống bà nội con quá nè!** *This doll looks so much like your grandma!* Note the word order, though. **Nhìn** comes first. Not *this doll looks*, but *looks this doll*: **nhìn con búp bê này.**

Using measure words to say this and that

We've seen that one use of measure words is for expressing quantity. So in chapter 1, Dad says **ba đọc xong một cuốn sách** – *I finished reading a book*. Here, **một cuốn sách** means *one book*. *Two books* would be **hai cuốn sách**. In this chapter, we see another use of measure words – to say *this* or *that*. The word for *doll* is **búp bê**, and the measure word for **búp bê** is **con**. (**Con** is also the measure word for animals – for example, **con mèo** *(cat)*, and **con chó** *(dog)*.) So *this doll* is **con búp bê này**. And *that doll* is **con búp bê đó**. So how would we say *this book* and *that book*? Correct! **Cuốn sách này** and **cuốn sách đó.**

65

Uses of nè

The showing particle **nè** appears three times in this chapter. First, Grandpa says **nhìn con búp bê này giống bà nội con quá nè.** Grandpa is *showing or drawing attention* to the doll, so **nè** appears at the end of the sentence. Next, Grandpa gives Trang a 500.000 dong bill, and says **Nè. Năm trăm ngàn. Nè** used alone here is like the English *here you go* – you say it when you are handing something to someone. Finally, when Trang hands back Grandpa's change, she says **hai trăm của ông nội nè.** This illustrates that **nè** can be placed either at the beginning or the end of the sentence, with essentially the same communicative effect.

Thôi – no thanks

In chapter 7, we learned that **thôi** is used to mean *no/nah*, to reject a suggestion. In this chapter we see that **thôi** is also used to refuse an *offer*. Grandpa gives Trang money for the doll, and Trang tries to give him back some change. But Grandpa says **thôi, không cần** – *no, no need.* So **thôi** is what you say when someone offers you a cup of tea, or a cookie, or whatever, and you want to politely refuse. To make it more polite, you can say **thôi, được rồi.** You can think of this phrase as the equivalent to *no thank you*. (Trang used this same phrase in chapter 1, but the context was slightly different – she was interrupting her dad, rather than politely refusing an offer.)

11

Mum wants to go to a concert... but Dad doesn't.
Is Mum condemned to another evening in?

ANH KHÔNG THÍCH ĐI COI CA NHẠC

GLOSSARY

con	*young woman*
nó	*they/them*
ca nhạc	*music concert*
mời	*invite*
chung	*together*
…nha	*shall we…*
nhớ	*remember*
trong lúc	*while*
mưa	*rain*
thôi	*forget it*
sinh tố	*smoothie*
vừa… vừa…	*simultaneously*

LANGUAGE INSIGHTS

Con Trang, thằng Minh

At the beginning of this story, Mum tells Dad that Trang and Minh are going to a concert this evening: ***tối nay con Trang với thằng Minh đi coi ca nhạc đó***. She refers to Trang as ***con Trang*** and Minh as ***thằng Minh***. We saw in chapter 3 that ***thằng*** is an affectionate term used to refer to younger males. Well, ***con*** is the female equivalent of ***thằng***. These words are not just used by family members. People refer to their friends in this way, too. But only when the friend is the same age or younger than the speaker.

Nó – they/them

We've learned that **nó** is used to refer to younger people. In this chapter, we see it used as a plural, to mean *they*. Mum says **nó mời mình đi chung** – *they invited us to go with them*. She could also have said **tụi nó**, which uses the plural prefix **tụi**.

Making suggestions: hay là... / ...đi / ...nha

We've met at least two ways that people make suggestions about what to do together. The first is the particle **đi**, which can mean *let's*. The second way is **hay là...** at the beginning of the sentence. These two are often combined, as they are when Dad says **hay là đi uống sinh tố đi?** In this chapter, we meet a third way to make a suggestion – by using the final particle **nha**. The usage of **nha** for making suggestions is similar to the usage of **đi**. The difference is that **nha** has a softer feeling than **đi**. If **đi** is similar to *let's*, nha is similar to *shall we*. Thus, Mum says to Dad, **đi chung nha, anh?** *Shall we go with them?*

Chắc là

We've met **chắc là** meaning *maybe/probably* and also meaning *must* (see chapter 4). In this chapter, Dad says **anh ngủ trong lúc coi ca nhạc đó**. *I fell asleep while watching the concert*. Mum responds **chắc là anh mệt quá...** Here, either meaning of **chắc là** fits. *You must have been tired* or *you were probably tired*.

Thôi – forget it

When Dad observes that it's raining, Mum says **trời, thôi, vậy ở nhà** – *God, forget it, then (we'll) stay home*. The **thôi** here means *OK, forget it*. Again, we can see that all these uses of **thôi** are connected, in that they all signal a conclusion of some kind.

Vợ chồng mình – we

In chapter 4, we saw Mum using the term **chị em mình** to mean *we two*. In this chapter, Dad uses a similar structure when he says **vợ chồng mình vừa uống vừa nói chuyện**. **Vợ chồng mình** is a common way to say *we* when talking with one's husband or wife. Note that the order is fixed here – **vợ** always comes first. And in **chị em mình**, **chị** comes first because **chị** is older.

Vừa A vừa B – do A while also doing B

The structure **vừa… vừa…** is used to express that two things happen at the same time. So when Dad says **vợ chồng mình vừa uống vừa nói chuyện**, he means *we can have a drink while chatting*. In English, we'd probably just say something like *we can have a drink and a chat*. The difference is that the simultaneity is implied in the English, but made explicit in the Vietnamese.

12

Grandpa goes to the hospital about his cough – and gives Grandma a surprise gift...

PHÍ THỜI GIAN QUÁ!

GLOSSARY

thang máy	*elevator*
về	*go home*
ở bên kia	*over there*
bác	*(older) uncle, aunt*
đợi	*wait*
nha	*please*
phí thời gian	*waste of time*
chịu	*agree*
mua của	*buy from*
lấy	*get*
vô	*go in*
ngồi	*sit*
đây	*here*

LANGUAGE INSIGHTS

Bác – uncle, aunt

We have learned that **cô** and **chú** mean *aunt* and *uncle*. In this chapter, we meet the word **bác**, which means both *older aunt* and *older uncle*. You can use **bác** for someone who is a bit older than your parents' generation but clearly younger than your grandparents' generation. In this chapter, the receptionist addresses Grandma and Grandpa as **hai bác** – *two aunts/uncles*. Had they been younger, she might have addressed them as **cô chú**.

Mời – invite

In the previous chapter, we met **mời** meaning *invite*. Mum said **nó mời mình đi chung** – *they invited us to go with them*. In this chapter, the receptionist tells Grandpa, **bác sĩ mời bác vô** – *the doctor invites you to go in*.

Nha – please

In the previous chapter, we saw that the final particle **nha** can be used to suggest doing something with another person: *shall we...?* **Nha** can also be used to *request* someone to do something. In this usage, it's a bit like the English *please*. In this chapter, the receptionist says, **hai bác đợi một chút nha** – *wait a moment please*. And Grandpa tells Grandma, **bà ngồi đây đợi tui một chút nha** – *sit here and wait for me for a moment please*.

Ông này – this guy

When the receptionist asks Grandma and Grandpa to wait, Grandpa says **phí thời gian quá. Thôi, về.** *What a waste of time. Right, let's go home.* Grandma expresses her exasperation with Grandpa by responding **ông này** – *this guy*. We met this pattern in chapter 7, when Trang said **thằng này**, referring to Minh.

Lấy ở đâu vậy? Where did you get that?

In book 1, we met **lấy** meaning *take*, as in **để anh lấy cho** – *let me take (that suitcase) for you*. **Lấy** can also mean *get*, as in *where did you get that?* And that's what Grandma asks Grandpa – **ông lấy ở đâu vậy?**

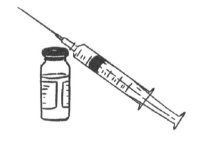

REVIEW 3

Vừa A vừa B

*Use the structure **vừa A vừa B** to describe what these people are doing. Use the phrases given below. (There are two options you won't need.)*

1. vừa uống vừa nói chuyện

2. _____

3. _____

4. _____

đợi thang máy	ho	chơi điện thoại	làm việc
ăn	đi khám bệnh	đợi máy bay	nghe nhạc

Này hay đó?

*What is Grandpa pointing at? Use the words given, plus **này** or **đó**.*

1. con mèo này

2. _____

3. _____

4. _____

5. _____

6. _____

trái chuối   cái ghế   cây dù   cuốn sách   con chó

Bạn sẽ nói gì?

Complete the dialogues with the words and phrases supplied. (There are two options you won't need.)

nè	nhìn	hết	ho
đợi	vô	đi khám bệnh	mưa

Trời ơi, em _____ quá!

_____ anh không khoẻ. Hay là anh _____ đi.

A: Cho anh một phở.
B: Dạ xin lỗi anh, _____ phở rồi.

A: Trời ơi, _____ rồi!
B: Cho em _____!

Bà nội muốn hỏi bạn...

Answer Grandma's questions.

1. Năm nay, bạn đã đi bệnh viện mấy lần rồi?

_____

2. Bạn thích nghe nhạc không? Nhạc của ai?

_____

3. Nếu đi coi ca nhạc, bạn muốn mời ai đi chung?

_____

4. Trong lúc coi phim, bạn có thích ăn gì không? Ăn gì?

_____

5. Hôm nay trời có mưa không?

_____

6. Văn phòng của bạn có thang máy không?

_____

13

Minh goes to the gym. But why does he suddenly want to get in shape?

TUẦN SAU EM ĐI HẸN HÒ

GLOSSARY

nào	*any*
đi hẹn hò	*go on a date*
được	*good*
bài tập	*exercise (noun)*
bình thường	*usually*
hơi	*quite*
ngắn	*short*
là được	*then it'll be ok, just need to*

LANGUAGE INSIGHTS

Mời – I invite you

In this chapter, we again meet the word ***mời***, meaning *invite*. The gym employee tells Minh, ***vậy mời em đi coi phòng gym nha*** – *then I invite you to come and take a look at the gym*. What we can see from this chapter and the previous one is that ***mời*** can be used to politely invite someone to come in, take a seat, etc. If the gym employee had been an English speaker, she might have said something like *let me show you the gym*, or *please take a look at the gym*. But in Vietnamese, we like to ***mời*** people in these situations.

Được – good

We've met the word **được** a lot now, with two basic meanings: *be able to*, and *OK*. In this chapter, **được** is used with a third meaning: *good*. Minh tells the gym employee, **em muốn nhìn được chút**. *I want to look quite good*. The meaning of *quite* is expressed here by *chút*. We're already familiar with the phrase **một chút**, and here we can see that the **một** can be omitted.

Bình thường – do you often...?

We've met **bình thường** meaning *normal, usual*. It can also mean *usually*. The gym employee asks Minh, **bình thường em có tập thể dục không?** *Usually do you exercise?* In English we would probably ask *do you exercise often?* So, **bình thường** can be used in this way to ask *do you ___ often?*

Hơi – quite

The word **hơi** means *quite* or *a little*. Usually, it's used to express something negative. In this chapter, Minh tells the gym employee that he wants to get in good shape in one week, and the employee responds, **à, vậy hơi khó. Một tuần ngắn quá**. *Oh, then that's quite difficult. One week is very short*. And when the employee suggests to Minh that he just needs to be confident, Minh responds, **cái đó hơi khó** – *that's rather difficult*. Other common examples of **hơi** include **hơi mắc** and **hơi mệt**.

Uses of nào

The word **nào** appears three times in this chapter. Remember that the two basic meanings of **nào** are *which* and *any*. Now, the gym employee asks Minh, **em tập ở phòng gym này lần nào chưa?** Here, **lần nào** literally means *any time*. But you might remember from book 1 that you can also think of the phrase **...lần nào chưa** as meaning *have you ever...?* So the gym employee is asking, *have you ever exercised in this gym?* The second use of **nào** is when the gym employee asks, **em có câu hỏi nào không?** Here again, **nào** means *any – do you have any questions?* Finally, Minh asks, **vậy em nên tập bài tập nào?** Here, **nào** means *which – then I should do which exercise?*

X là được – just need to X

The gym employee, not knowing what else to tell Minh, says **thôi, em tự tin là được**. *OK, just be confident.* So what does **là được** mean? Perhaps you remember from book 1 that **là** can be used to mean *then immediately*, or *then certainly*, expressing that one thing is sure to follow another. So **là được** means something like *will be fine, will be OK, will be enough.*

14

Trang has a new job!
And Dad has lots of questions...

LƯƠNG SAO, CON?

91

GLOSSARY

chúc mừng con nha	*congratulations*
lương	*salary*
phỏng vấn	*interview*
luật	*law*
triệu	*million*
cũng được	*pretty good*
sếp	*boss*
dễ thương	*nice*
bắt đầu	*start*
thời gian làm việc	*working hours*
tám giờ rưỡi sáng	*8:30 in the morning*
năm giờ rưỡi chiều	*5:30 in the evening*
tới	*until*
còn… thì sao?	*what about…?*
chuyện kinh doanh	*business (noun)*
hết rồi	*over, finished*
con gái	*daughter*

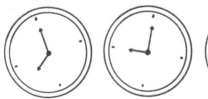

LANGUAGE INSIGHTS

Cũng được – pretty good

We've met **cũng được** several times, with the meaning *also OK*. For example, in chapter 7, when Trang is recommending that Minh take up a sport, she says **chạy bộ cũng được**. But **cũng được** can also mean *pretty good*. So in this chapter, when Trang tells her dad how much her salary will be, he replies **cũng được**. *That's pretty good.*

Tới – to, until

We've met the word **tới** many times. It can mean *to* as in *go to (a place)*, although it can also mean *arrive* and *come*. In this chapter it is used to mean *to* or *until* when talking about time. Trang says that she works **thứ hai tới thứ sáu, 8 giờ rưỡi sáng tới 5 giờ rưỡi chiều.** *Monday to Friday, eight thirty in the morning until five thirty in the afternoon.*

Còn X thì sao? And what about X?

In chapter 8, we met the phrase **thì sao?** meaning *so what?* or *what's wrong with...?* In this chapter, we have the structure *còn... thì sao?* which looks similar, but isn't really. It means *and what about...?* For example, if you tell me your mother is doing well, I might ask **còn ba thì sao?** *And what about your father?* In this chapter, Mum is surprised to hear about Trang's new job, so she asks, **còn chuyện kinh doanh của con với bạn trai thì sao?** *And what about your and your boyfriend's business?*

Hết rồi vs hết X rồi

In chapter 10, we met the structure **hết… rồi**, when Trang said **con hết tiền rồi** – *I'm out of money*. Sometimes you don't need to say the word in the middle – in this case, **tiền** – because it's clear what you're talking about. So in this chapter, when Mum asks about Trang's business with her boyfriend, Trang replies **hết rồi mẹ ơi** – *it's finished/ over, Mum*.

15

Mum is in two minds about buying a nice dress she found online. What does Grandma think?

ĐỢI MẤY NGÀY LÀ HẾT TIỀN

Đúng rồi. Mua cái này cái kia cho chồng, cho con là hết.

Đúng rồi mẹ. Tháng trước con mua cho con Trang một cái điện thoại mới. Tháng trước nữa thì con mua cho thằng Nam cái tai nghe. Tháng này, tới con!

Vậy mua đi con.

Nhưng con thấy mắc quá...

Ủa, mẹ!

Để mẹ...

CLICK

MUA

97

GLOSSARY

đầm	*dress*
cái đầm này	*this dress*
ui cha	*wow*
đồ	*clothes*
tại vì	*because*
mấy ngày	*a few days*
là	*then*
cái kia	*that (thing)*
cái này cái kia	*this and that*
tháng trước nữa	*the month before last*
tai nghe	*earphones*
tới con	*it's my turn*

Mấy – a few

We've met the word **mấy** meaning *how many*, as in **mấy lần một năm** *(how many times a year)* and in phrases like **mấy giờ** *(what time is it?)* **Mấy** can also mean *a few*. So Mum says **đợi mấy ngày là hết tiền** – *(if I) wait a few days, then (I'll be) out of money.*

Là – when one thing follows another

So what about the word **là** in **đợi mấy ngày là hết tiền?** This is the **là** that expresses a certain or immediate consequence (last seen in chapter 13). Here it emphasises the speed at which money will run out – in only a few days. Grandma responds with a different version of the same idea, also using **là**. She says **mua cái này cái kia cho chồng, cho con là hết** – *buy this and that for your husband, for your child, and (the money) will be finished.*

Tháng trước nữa – the month before last

Tháng trước means *last month*. In this chapter, Mum also mentions ***tháng trước nữa** – the month before last*. This pattern extends to weeks. *Last week* is ***tuần trước***, and *the week before last* is ***tuần trước nữa***. Similarly, *next week* is ***tuần sau***, and *two weeks from now* is ***tuần sau nữa***. *Next month* is ***tháng sau***, and *two months from now* is ***tháng sau nữa***.

16

Minh is going on a date – but his motorbike is out of action. Can Trang save the day?

EM MƯỢN XE CHỊ ĐƯỢC KHÔNG?

GLOSSARY

bị sao vậy	*what's wrong with*
bị hư rồi	*broken*
chết	*damn (lit. to die)*
hẹn	*a date*
trễ hẹn	*late for a date*
mượn	*borrow*
xe đạp	*bicycle*
xe hơi	*car*
cho	*allow*
cái gì cũng	*everything*
đi bộ	*walk*
xa	*far*
lên	*get on, get in*
em trai	*younger brother*

 # LANGUAGE INSIGHTS

Bị – when something bad has happened

The word **bị** is commonly used when we are describing something negative. For example, if you want to say something is *broken*, you could say **hư rồi**, or you could add **bị**, as Minh does – **bị hư rồi**. This is in response to Trang's question, **xe bị sao vậy?** *What's wrong with your bike?* Again, the **bị** here is optional. She could just have said **xe sao vậy?** (In chapter 9, we learned the term for *ill, sick* – **bị bệnh**. Illness is generally considered negative, which is why the **bị** is there.)

Cái gì cũng... everything...

Trang offers Minh several suggestions, but Minh rejects them all. So Trang complains ***cái gì cũng không được*** – *everything is not OK* (meaning, *you say no to everything*). The bit that means *everything* is ***cái gì cũng***. Does this pattern look familiar? It's connected to the phrase ***X nào cũng*** meaning *every X*, as in ***ngày nào cũng*** – *every day*. We last met this pattern in chapter 2.

Uses of thôi

Minh uses the word ***thôi*** twice in this chapter. First, when Trang suggests that Minh borrow Mum's car, Minh says ***thôi, mẹ không cho đâu*** – *no, she wouldn't let me*. So this is the use of ***thôi*** to refuse a suggestion. We met this usage in chapter 7, where Minh also used ***thôi*** to refuse a suggestion by Trang. The second use of ***thôi*** is when Minh realises he has no other option but to accept a ride from Trang. He says ***thôi, chị chở em đi*** – *OK, give me a ride*. This is the use of ***thôi*** to signal that we have come to a conclusion. We met this usage in chapter 6.

Lên đi – hop on

When Minh accepts a ride from Trang, Trang says **lên đi** – *get on (the bike)*. **Lên** can also be used for other vehicles. So **lên xe** can mean get *on the bike, get in the car, get on the bus*, and so on. The primary meaning of **lên** is *up*, and we met it in chapter 9, when Grandpa *stood up* – **đứng lên** – to show that he was in good shape.

REVIEW 4

Bạn muốn nói tiếng Việt hả? Học nhiều là được!

Match the sentence halves to make complete sentences.

Chị nên tập thể dục mấy lần một tuần?	Dạ không, đợi một chút là được.
Tui phải đợi lâu không, cô?	Ba lần một tuần là được.
Con làm biếng nấu ăn quá.	Một triệu là được.
Em muốn mượn bao nhiêu?	Anh tự tin là được.
Anh đi hẹn hò hả?	Vậy gọi đồ ăn là được.

Còn... thì sao?

Answer the questions, and write the missing words from the options given. There are two options you won't need.

hôm nay	nhân viên văn phòng	đồ chơi
trà	xe hơi	lương

	Question	Answer
1.	Bạn thích uống cà phê không?	_____
	Còn _____ thì sao?	_____
2.	Hôm qua bạn có coi ti vi không?	_____
	Còn _____ thì sao?	_____
3.	Bạn có xe máy không?	_____
	Còn _____ thì sao?	_____
4.	Bạn có muốn làm bác sĩ không?	_____
	Còn _____ thì sao?	_____

Bạn sẽ nói gì?

Complete the dialogues with the words and phrases supplied. (There are two options you won't need.)

rưỡi	dễ thương	lương	lên	nhìn được chút
chúc mừng	bắt đầu	chết	đi bộ	

Em muốn _____.

A: Bảy giờ _____ rồi.
B: _____, em sắp trễ rồi!

A: Chị có công việc mới rồi!
_____ cũng được.
B: _____ chị nha!

A: _____ đi! Anh chở em.
B: Nhưng không xa… Em _____
được rồi.

17

Minh is having dinner with his date, and making small talk. Is it going well?

CHẮC LÀ ANH THÔNG MINH LẮM!

111

GLOSSARY

ăn chay	*eat vegetarian food, be a vegetarian*
rau	*vegetables*
thịt	*meat*
toán	*maths*
văn học	*literature*
hơn… nhiều	*much more*
chắc vậy	*I guess so*
chị hai	*eldest sister*

 # LANGUAGE INSIGHTS

Ăn chay – being a vegetarian

Ăn chay literally means *to eat vegetarian food*. Vegetarian restaurants are common in Vietnam – just look for the word **chay** in the restaurant's name. *A vegetarian person* is called a ***người ăn chay***.

Hơn... nhiều – much more

We met the comparative term **hơn** in chapter 5, in the phrases **tự tin hơn** – *more confident*, and **quan trọng hơn** – *more important*. In this chapter, Minh tells the girl, **văn học hay hơn kế toán nhiều** – *literature is much more interesting than accounting*. Note that the *much* in *much more* is **nhiều**, and we put this at the end of the sentence.

Thích A hơn B – prefer A to B

Minh tells the girl, **anh thích ăn rau hơn ăn thịt** – *I like eating vegetables more than eating meat*. Vietnamese has no separate word for *prefer*, so you just have to say **thích A hơn B** – *like A more than B*.

Cũng được – quite well

We've seen that **cũng được** can mean *pretty good*. That's how it's used here, when Minh says **anh học toán cũng được** – *I study maths quite well*.

Em hỏi anh cái này được không?

The girl asks Minh, ***em hỏi anh cái này được không?***
Literally, *can I ask you this?* This is the equivalent to the
English *can I ask you a question?*

18

Trang is meditating. But she can still hear you if you talk about her...

COI ĐIỆN THOẠI QUÁ NHIỀU

GLOSSARY

thiền	meditate
từ hồi nào	since when
tốt cho	good for
ai biết	who knows
quá nhiều	too much
máy tính	computer

LANGUAGE INSIGHTS

Coi điện thoại – on one's phone

We've seen that **coi** can mean *watch*, as in **coi ti vi**, and *take a look*, as in **để ông coi**. We can also say **coi điện thoại** – *look at one's phone*, or as we also say in English, *to be on one's phone*. So, Grandpa says **nó coi điện thoại quá nhiều** – *she's on her phone too much*. Grandma says something similar: **nó cũng coi máy tính quá nhiều nữa** – *she's also on her computer too much*.

Nhiều quá, quá nhiều

The phrase **quá nhiều** is used three times in this chapter, starting with Grandpa saying **nó coi điện thoại quá nhiều** – *she looks at her phone too much*. Usually the word **quá** is placed after an adjective to mean *so* or *very*. But when it's used in front of an adjective, it can mean *too*. So, **nhiều quá** means *so much* and **quá nhiều** means *too much*.

Từ hồi nào – since when

As we have learned, **hồi nào** means *when*, referring to something in the past. **Từ hồi nào** is like the English *since when*. So when Grandpa sees Trang meditating, he asks **nó bắt đầu thiền từ hồi nào vậy?** *Since when did she start meditating?* As in English, using *since when* – **từ hồi nào** – conveys a tone of surprise or incredulity.

19

Minh has a girlfriend! And Grandpa has some startling advice for him...

HÌNH NHƯ NÓ CÓ BẠN GÁI RỒI

Dạ, ba nói đúng. Nhìn nó vui thiệt. Để coi vui được bao lâu...

Minh, ông nội nói con cái này nè.

Dạ?

Bây giờ con đang vui. Tốt lắm. Nhưng chừng nào con thấy buồn lại... thì đó là lúc con nên có bạn gái mới.

Cái gì vậy ông nội!

Cái gì vậy ba!

GLOSSARY

con trai	*son*
hình như	*it seems that*
nhạc	*music*
vui chơi	*have fun*
đúng	*correct*
buồn	*sad*
lại	*again*
đó là lúc	*that's when*
để coi	*let's see*
bao lâu	*how long*
được	*manage to*
bây giờ	*now*

LANGUAGE INSIGHTS

X được – manage to X

Mum tells Grandpa that Minh looks really happy – **nhìn nó vui thiệt.** But then she adds, **để coi vui được bao lâu** – *let's see how long he manages to be happy.* The bit that means *manages to* is the word **được.** So now we have met four usages of the word **được** – *be able to, OK, good,* and *manage to.*

124

Chừng nào A thì B – when A, then B

Chừng nào is used to ask *when* questions about the future. Like the English word *when*, **chừng nào** can also be used in *statements* about the future. Grandpa says **nhưng chừng nào con thấy buồn lại… thì đó là lúc con nên có bạn gái mới.** *When you feel sad again, then that is the time you should get a new girlfriend.* Usually we include the word **thì**, meaning *then*. So the pattern is **chừng nào A thì B** – similar to **nếu A thì B.**

Lúc nào X cũng – X is always

In chapter 3, we met the phrase **lúc nào cũng** meaning *always*. In this chapter, Grandpa says **lúc nào nó cũng buồn buồn** – *he's always sad.* The thing to note here is that the subject of the sentence – in this case, the word **nó** – goes in front of **cũng**. So when there's a subject, the phrase is **lúc nào (subject) cũng**. We met this pattern before, in book 1, with the phrase **ngày nào (subject) cũng**, meaning *every day*.

Buồn buồn – kind of sad

Why does Grandpa say that Minh is always **buồn buồn**, rather than just **buồn**? Well, doubling an adjective like this makes it sound less forceful, so that **buồn buồn** means something like *kind of sad*. Another common example would be **mệt mệt** – *kind of tired, a little tired*.

Học, học – studying, studying

In the next sentence, Grandpa says *lúc nào cũng học, học.* This doubling of **học** is not connected to the doubling of **buồn** discussed in the previous note. That doubling only applies to adjectives, like **buồn** and **mệt.** By saying **học** twice, Grandpa just means to express the endlessness of the studying. It just about works in English, too – *he's always studying, studying.*

Ông nội nói con cái này nè – Let me tell you something

Grandpa has something to tell Minh, so he says *ông nội nói con cái này nè – I tell you this, listen.* (In this case, we can think of **nè** meaning *listen* rather than *look.*) If this sentence looks familiar, perhaps you are remembering the following, from chapter 17: **em hỏi anh cái này được không?**

20

During dinner, Trang makes a big announcement. Grandma is delighted!

CON ĐANG QUEN NGƯỜI KHÁC RỒI

Ảnh trong một nhóm nhạc, hát ở quán cà phê nhạc sống.

Thiệt hả? Chị, nhóm nhạc của ảnh có đang tìm người chơi ghi ta không?

Nhưng... Tụi con mới quen mà!

Thiệt ra, con biết ảnh được một năm rồi...

Trời, thiệt hả? Ủa, nhưng...

Nó tốt với con không?

Tốt chứ, nội.

GLOSSARY

quen	*date (someone)*
người khác	*another person*
ca sĩ	*singer*
nhóm nhạc	*band*
nhóm	*group*
hát	*sing*
quán cà phê	*coffeeshop*
nhạc sống	*live music*
trong	*in, within*
thiệt ra	*actually*
được	*for (how long)*
tốt với	*be good to, treat well*

LANGUAGE INSIGHTS

Quen – to date

We met the word **quen** in book 1, with the meaning *familiar with/used to*, as in **em chưa quen đi xe máy** – *you're not yet used to riding a motorbike*. In this chapter, we see another meaning of **quen** – *to be dating (someone)*. So, Trang says **tụi con hết quen rồi** – *we're no longer dating*, and **con đang quen người khác rồi** – *I'm dating someone else now*.

131

Uses of được

When Trang announces her plan to marry her boyfriend, Mum exclaims **tụi con mới quen mà!** *You've only just started dating.* But Trang says, **thiệt ra, con biết ảnh được một năm rồi** – *actually, I've known him for a year.* Here we see yet another usage of the word **được**. It's used together with a time phrase to say how long something has been the case. **Được một năm rồi** – *for a year.* In a similar way, if someone asks you how long you have lived in Vietnam, you might reply **tui sống ở Việt Nam được ba năm rồi** – *I've lived in Vietnam for three years.*

Here is a summary of the five uses of **được** that we have met.

• *be able to*	**không tìm được / chừng nào mẹ gặp Hà được**
• *OK*	**vậy thứ tư được không?**
• *good*	**em muốn nhìn được chút**
• *manage to*	**để coi vui được bao lâu**
• *for (how long)*	**con biết ảnh được một năm rồi**

Quán cà phê nhạc sống – live music coffee shop

Trang tells everyone that her fiancé is a singer in a band and that he sings in a **quán cà phê nhạc sống** – *a live music coffee shop.* This is a common type of establishment in Vietnam – a coffee shop which hosts live music in the evenings. Some have a house band, while others host different bands on different nights.

REVIEW 5

Bạn thích A hay B hơn?

*Use the pattern **thích… hơn…** to describe which of the two options you prefer.*

uống cà phê / uống sinh tố	Tui thích uống _____ hơn uống _____
ăn chay / ăn thịt	_____
toán / văn học	_____
nghe nhạc / chơi nhạc	_____
thiền / tập thể dục	_____
đi xe máy / đi xe hơi	_____

Chừng nào A thì B

Match the sentence halves to make complete sentences.

Chừng nào kết hôn	thì đi bệnh viện.
Chừng nào học xong	thì nghỉ một chút nha.
Chừng nào không khoẻ	thì mua nhà.
Chừng nào mệt	thì sẽ đi du lịch Đà Nẵng.
Chừng nào có thời gian	thì tìm việc.

Bạn sẽ nói gì?

Complete the dialogues with the words and phrases supplied. (There are two options you won't need.)

tốt với	hát	buồn	bây giờ	quá nhiều
quen	nhóm nhạc	rau	máy tính	

A: Nhìn anh _____ lắm. Sao vậy?
B: Hình như _____ bị hư rồi.

A: Em là ca sĩ trong một _____.
B: Vậy hả? Chắc là em _____ hay lắm!

A: Em có muốn đi coi phim không?
B: Không được. Em đang _____ người khác.

A: Anh có thích sếp mới không?
B: Không! Chỉ không _____ anh.

A: Mình đi quán cà phê nha.
B: Không, sáng nay anh uống _____ _____ cà phê rồi.

<u>Ông nội muốn hỏi bạn...</u>

*Answer Grandpa's questions. Each the questions includes the word **được**, with different meanings.*

1. Ngày mai bạn đi chơi được không?

_____

2. Bạn thấy đồ ăn Việt Nam được không?

_____

3. Bạn học tiếng Việt được bao lâu rồi?

_____

4. Bạn chơi ghi ta được không?

_____

5. Chừng nào bạn đi du lịch Việt Nam được?

_____

Key to exercises

Review 1

Bạn ơi, cuối tuần sao?

1. làm bài tập   2. coi phim   3. đi làm   4. chơi ghita

Sắp... rồi hay mới... xong?

1. Cô mới ăn cơm xong.
2. Bà sắp đi ngủ rồi.
3. Ba mới đọc xong.
4. Chị sắp tới quán cà phê rồi.
5. Chú mới làm việc xong.
6. Em sắp đi học rồi.
7. Ông mới uống cà phê xong.

Review 2

Nếu... thì...

Nếu có thời gian thì nên tập thể dục.
Nếu không biết nấu ăn thì ngày nào cũng phải gọi đồ ăn.
Nếu muốn có tiền thì phải tìm công việc.
Nếu sắp thi rồi thì nên học nhiều.

Hơn hay nhất?

1. hơn   2. nhất   3. nhất   4. nhất   5. hơn

Từ sáng qua tới tối mai

hôm qua	hôm nay	ngày mai
sáng qua	sáng nay	sáng mai
chiều qua	chiều nay	chiều mai
tối qua	tối nay	tối mai

Review 3

Vừa A vừa B

2. vừa nghe nhạc vừa đợi thang máy
3. vừa đợi máy bay vừa chơi điện thoại
4. vừa ăn vừa làm việc

Vừa A vừa B

2. cuốn sách này   3. cây dù đó   4. trái chuối này

5. con chó đó   6. cái ghế đó

Bạn sẽ nói gì?

1. ho   2. nhìn / đi khám bệnh   3. hết   4. mưa / nè

136

Review 4

Bạn muốn nói tiếng Việt hả? Học nhiều là được!

Chị nên tập thể dục mấy lần một tuần?   - *Ba lần một tuần là được.*

Tui phải đợi lâu không, cô?   - *Dạ không, đợi một chút là được.*

Con làm biếng nấu ăn quá.   - *Vậy gọi đồ ăn là được.*

Em muốn mượn bao nhiêu?   - *Một triệu là được.*

Còn... thì sao?

1.*trà*   2. *hôm nay*   3. *xe hơi*   4. *nhân viên văn phòng*

Bạn sẽ nói gì?

1. *nhìn được chút*
2. *rưỡi / chết*
3. *lương / chúc mừng*
4. *lên / đi bộ*

Review 5

Chừng nào A thì B

Chừng nào kết hôn thì mua nhà.
Chừng nào học xong thì tìm việc.
Chừng nào không khoẻ thì đi bệnh viện.
Chừng nào mệt thì nghỉ một chút nha.
Chừng nào có thời gian thì sẽ đi du lịch Đà Nẵng.

Bạn sẽ nói gì?

1. *buồn / máy tính*   2. *nhóm nhạc / hát*   3. *quen*

4. *tốt với*   5. *quá nhiều*

COMPLETE GLOSSARY

…cũng được	…is OK, can just…	cái kia	that (thing)
…hơn	more…	cái này cái kia	this and that
…nha	shall we…	cần	need
…nhất	the most…	căng thẳng	stressed
…thì sao?	so what? what's wrong with…?	chắc là	must
		chắc vậy	I guess so
…thôi	only	chán	1. boring
(cây) dù	umbrella		2. bored of, fed up with
ai biết	who knows		
ăn chay	eat vegetarian food, be a vegetarian	cháu	grandchild
		chạy bộ	run, jog
bà	grandmother	chết	damn (lit. to die)
bà ngoại	maternal grandmother	chị em mình	we sisters
		chị hai	eldest sister
bà nội	paternal grandmother	chịu	agree
		cho	1. for
bác	(older) uncle, aunt		2. allow
bác sĩ	doctor	chó	dog
bài tập	1. exercise (noun) 2. homework	chơi ghi ta	play the guitar
		chơi nhạc	play music
bao	treat	chưa biết nữa	don't really know
bao lâu	how long	chúc mừng con nha	congratulations
bắt đầu	start		
bây giờ	now	chung	together
bệnh viện	hospital	chuyện gì vậy	what's the thing/ problem
bị bệnh	sick, ill		
bị hư rồi	broken	chuyện kinh doanh	business (noun)
bị sao vậy	what's wrong with		
bình thường	usually	coi	watch
buồn	sad	con	young woman
búp bê	doll	con búp bê này	this doll
ca nhạc	music concert	con gái	1. girl
ca sĩ	singer		2. daughter
cái đầm này	this dress	con trai	son
cái gì cũng	everything	còn… thì sao?	what about…?
		công ty	company

138

công việc	job	hết… rồi	out of…
cũng được	pretty good	hình như	it seems that
cuối tuần	weekend	ho	cough
dạo này	these days, recently	học đại học	studying at university
dễ thương	nice		
đá banh	football	hơi	quite
đại học	university	hơn… nhiều	much more
đầm	dress	kế toán	accountant, accounting
đâu có	not		
đâu có phải	is not	kết hôn	get married
đây	here	khác	different
để coi	let's see	khoẻ	well, fit, healthy
để ông coi	let me have a look		
đi bộ	walk	không ai	no one
đi hẹn hò	go on a date	kinh doanh	do business
đi khám bệnh	go for a health check/see a doctor	là	then
		là được	then it'll be ok, just need to
đồ	clothes		
đồ chơi	toy	lại	again
đó là lúc	that's when	làm biếng	lazy
đọc	read	làm tóc	have one's hair done
đợi	wait		
đúng	correct	lấy	get
đứng lên	stand up	lên	1. up 2. get on, get in
được	1. good 2. manage to 3. for (how long)		
		lo cho	worried about
		luật	law
được rồi	it's OK	lúc nào cũng	always
em trai	younger brother	lương	salary
giống	be like, be similar to	mập	fat
ghi ta	guitar	mấy	a few
gọi	order	mấy ngày	a few days
Hàn Quốc	South Korea	máy tính	computer
hát	sing	mèo	cat
hẹn	a date	mở	turn on
hết rồi	over, finished	mời	invite

một chút	*a little bit*	ông	*grandfather*
một cuốn sách	*a book*	ông ngoại	*maternal grandmother*
mưa	*rain*	ông nội	*paternal grandfather*
mua của	*buy from*		
mượn	*borrow*	ổng	*he*
năm giờ rưỡi chiều	*5:30 in the evening*	phải	*have to*
		phí thời gian	*waste of time*
nào	*any*	phim	*movie/ TV show*
nấu ăn	*cook*		
nè	*1. showing particle 2. here you go*	phòng gym	*gym*
		phỏng vấn	*interview*
nên	*should*	quá nhiều	*too much*
nếu	*if*	quán cà phê	*coffeeshop*
ngắn	*short*	quan trọng	*important*
nghĩ	*think*	quen	*date (someone)*
nghỉ	*rest, take a break*	rau	*vegetables*
		sắp… rồi	*about to*
ngồi	*sit*	sẽ	*will*
ngồi xuống	*sit down*	sếp	*boss*
người khác	*another person*	sinh tố	*smoothie*
nha	*please*	tai nghe	*earphones*
nhạc	*music*	tại vì	*because*
nhạc sống	*live music*	tám giờ rưỡi sáng	*8:30 in the morning*
nhanh	*fast*		
nhiều	*a lot*	tập (thể dục)	*exercise*
nhìn	*look*	tập	*practice*
nhớ	*remember*	thang máy	*elevator*
nhỏ	*at a low volume*	thằng này	*this guy*
nhóm	*group*	tháng trước nữa	*the month before last*
nhóm nhạc	*band*		
nó	*1. he, she 2. they/them*	thằng	*young man*
		thấy	*1. think 2. see 3. feel*
nóng	*angry, short-tempered*		
ở bên kia	*over there*	thi	*exam, take an exam*
ồn	*noisy*	thì	*then*

140

thiền	*meditate*	về	*go home*
thiệt ra	*actually*	việc	*job*
thịt	*meat*	vô	*go in*
thôi	*1. only*	vừa… vừa…	*simultaneously*
	2. no (to refuse a suggestion)	vui chơi	*have fun*
	3. no (to refuse an offer)	xa	*far*
	4. forget it	xe đạp	*bicycle*
	5. right, OK (to signal a conclusion/ decision)	xe hơi	*car*
		xong	*finish*
thời gian	*time*	xong rồi	*finished*
thời gian làm việc	*working hours*	xuống	*down*
thông minh	*clever*		
ti vi	*TV*		
toán	*maths*		
tóc	*hair*		
tới	*1. go to*		
	2. until		
tới con	*it's my turn*		
tối nay	*this evening*		
tội nghiệp	*poor…*		
tốt cho	*good for*		
tốt	*good*		
tốt với	*be good to, treat well*		
trễ hẹn	*late for a date*		
triệu	*million*		
trong	*in, within*		
trong lúc	*while*		
từ hồi nào	*since when*		
tự tin	*confident*		
tui	*I, me*		
ui cha	*wow*		
văn học	*literature*		
vậy	*that*		

Made in the USA
Las Vegas, NV
10 December 2023

82492090R00085